AF288192

Impressum
Verlag: BABADADA GmbH, Nedderfeld 112 , 22529 Hamburg
Geschäftsführer / Verlagsleitung: Harald Hof
Druck: Books on Demand GmbH, In de Tarpen 42, 22848 Norderstedt

Imprint
Publisher: BABADADA GmbH, Nedderfeld 112 , 22529 Hamburg, Germany
Managing Director / Publishing direction: Harald Hof
Print: Books on Demand GmbH, In de Tarpen 42, 22848 Norderstedt

shule
sekoly

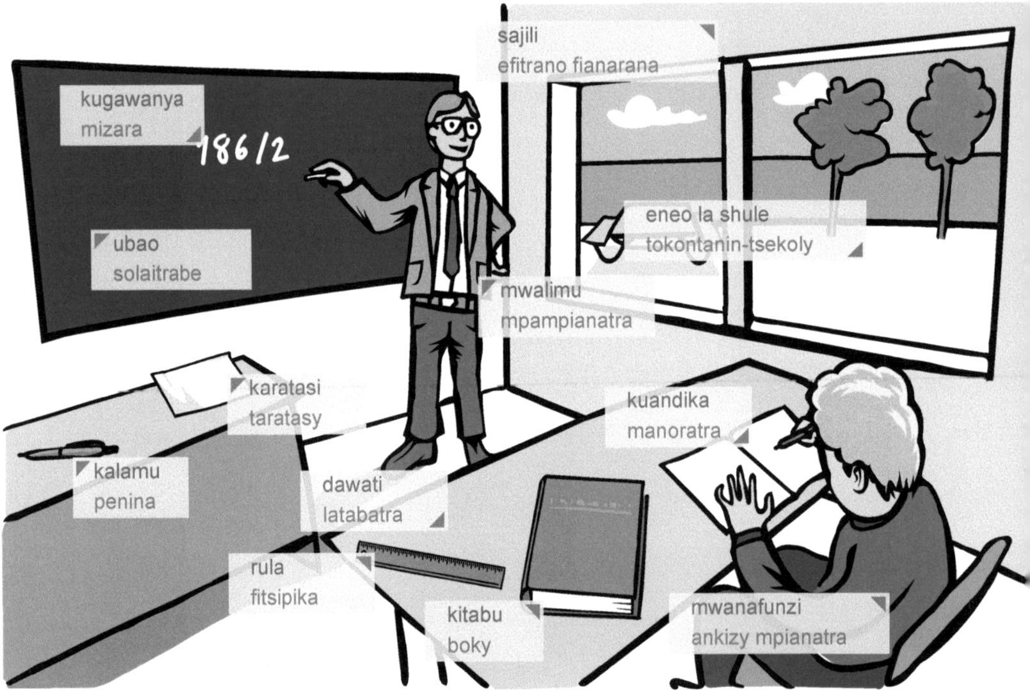

sajili
efitrano fianarana
kugawanya
mizara
186/2
ubao
solaitrabe
eneo la shule
tokontanin-tsekoly
mwalimu
mpampianatra
karatasi
taratasy
kuandika
manoratra
kalamu
penina
dawati
latabatra
rula
fitsipika
kitabu
boky
mwanafunzi
ankizy mpianatra

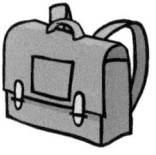

mkoba

kitapo

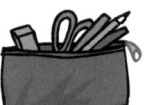

kikasha cha penseli

torosy

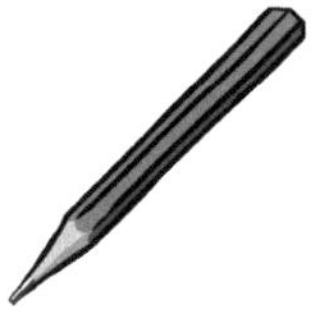

penseli

pensilihazo

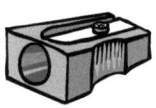

kichonga penseli

fandrangitana pensilihazo

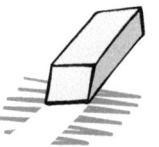

mpira

gaoma

pedi ya kuchora

karne fanaovana sary

uchoraji

sary

brashi ya rangi

borosy fandokoana

sanduku la rangi

boaty loko

mkasi

hety

gundi

lakaoly

daftari

kahie fampiasàna

kazi ya nyumbani

enti-mody

nambari

tarehi-marika

jumlisha

manampy

ondoa

manala

zidisha

mampitombo

kokotoa

mikajy

barua

taratasy

alfabeti

abidia

neno

teny

maandishi

lahatsoratra

kusoma

mamaky

chaki

tsaoka

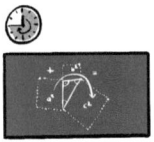

somo

lesona

sajili

boky fianarana

uchunguzi

fanadinana

cheti

sertifikà

sare za shule

fanamian'ny mpianatra

elimu

fiofanana

elezo

raki-pahalalana

chuo kikuu

oniversite

darubini

mikraoskaopy

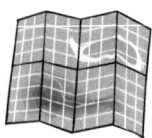

ramani

sarintany

kikapu cha kuweka karatasi chafu

fanariana fako taratasy

usafiri
fitsangatsanganana

hoteli
hôtely
Grand
hosteli
tranom-bahiny
ofisi ya ubadilishanaji
toerana fanakalozana vola
sanduku
valizy
gari
fiara

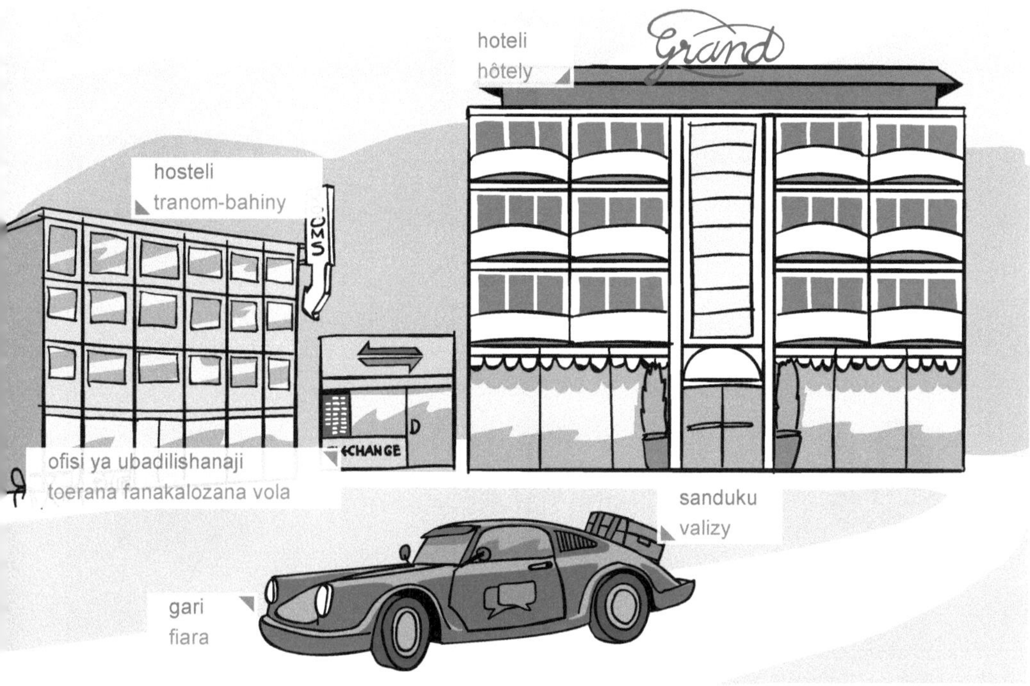

lugha

fiteny

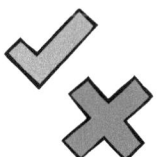

ndiyo / la

eny / tsia

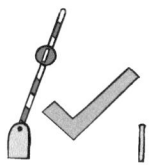

sawa

Eny àry

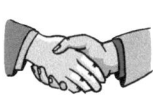

hujambo

salama

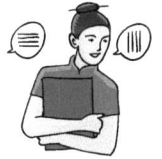

mtafsiri

mpandika teny

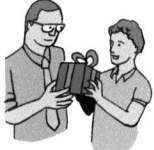

Asante

Misaotra

kiasi gani ni ...?

ohatrinona...?

Sielewi

Tsy azoko izany

tatizo

olana

Jioni njema!

Salama ô!

Habari za asubuhi!

Arahaba tra-maraina e!

Usiku mwema!

Tsara mandry ô!

kwa heri

veloma

mwelekeo

fitantanana

mizigo

entan'ny mpandeha

mfuko

harona

shanta

kitapo

mgeni

vahiny

chumba

efitrano

begi la kulalia

fandriana enti-tànana

hema

tanty

taarifa ya utalii

birao miandraikitra ny fizahantany

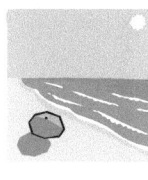

ufuo

moron-tsiraka

kadi

fahana amin'ny karatra

kifunguakinywa

sakafo maraina

chakula cha mchana

sakafo atoandro

chakula cha jioni

sakafo hariva

tiketi

tapakila

kuinua

ascenseur

muhuri

hajia

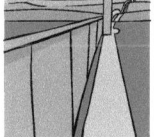

mpaka

tany manasaraka

mila

fadin-tseranana

ubalozi

ambasady

visa

visa

pasipoti

pasipaoro

usafiri

fitaterana

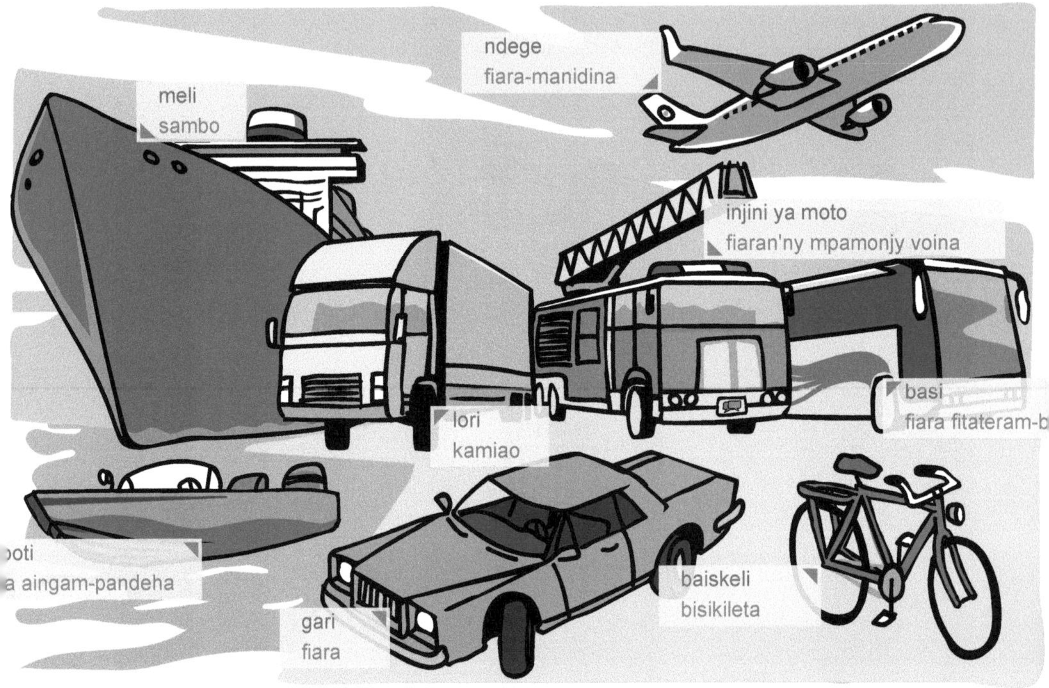
ndege
fiara-manidina
meli
sambo
injini ya moto
fiaran'ny mpamonjy voina
basi
fiara fitateram-b
lori
kamiao
oti
a aingam-pandeha
baiskeli
bisikileta
gari
fiara

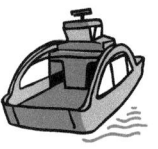

feri

sambobe

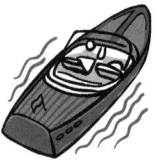

mashua

sambo

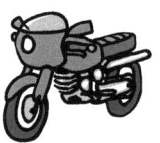

pikipiki

môtô

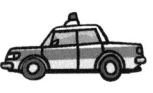

gari la polisi

fiaran'ny polisy

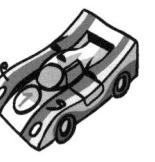

gari la mashindano

fiara mpihazakazaka

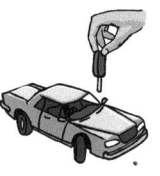

gari la kukodisha

fiara fanofa

kushiriki gari

zara fiara

lori la kuvuta

fiara etsy babeko

ukusanyaji taka

fiara mpitatitra fako

motor

môtera

mafuta

solika

kituo cha mafuta

tobin-tsolika

ishara trafiki

tondro fifamoivoizana

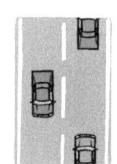

trafiki

fifamoivoizana

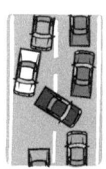

msongamano

fitohanan'ny fifamoivoizana

maegesho

fitobian'ny fiara

kituo cha treni

fiantsonan'ny fiaran-
dalamby

reli

lalamby

garimoshi

fiaran-dalamby

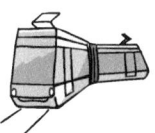

tremu

tramway

gari la mizigo

kalesy

helikopta
angidimby

uwanja wa ndege
seranam-piaramanidina

mnara
tilikambo

abiria
mpandeha

chombo
kaontenera

katoni
baoritra

mkokoteni
chariot

kikapu
harona

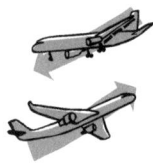

ondoka
miainga / midina

jiji

renivohitra

kijiji
ambanivohitra

katikati ya jiji
afovoan-tanàna

nyumba
trano

sinema
sinemà

tangazo
dokambarotra

taa za mitaani
jiro an-dalambe

barabara
arabe

teksi
fiarakaretsaka

CINEMA

duka la vitafunio
kioska

mtembea kwa migu
mpandeha an-tongo

njia ya waenda kwa miguu
sisinabo

kivuko
lalana ho an'ny mpandeha an-tongotra

pipa
dabam-pako

kuvuka
sampanana

taa za trafiki
jiro amin'ny fifamoivoizana

kibanda

trano bongo

gorofa

tranobe

kituo cha treni

fiantsonan'ny fiaran-
dalamby

ukumbi wa mji

firaisana

Makavazi

donia

shule

sekoly

chuo kikuu

oniversite

benki

banky

hospitali

hopitaly

hoteli

hôtely

duka la dawa

farmasia

ofisi

birao

duka la kitabu

fivarotam-boky

duka

fivarotana

duka la maua

mpivarotra voninkazo

dukakuu

supermarché

soko

tsena

idara ya kuhifadhi

tranobe fivarotana

mwuza samaki

mpivarotra trondro

kituo cha ununuzi

toeram-pivarotana lehibe

bandari

seranana

Hifadhi

valan-javaboary

benki

latabatra

daraja

tetezana

vidato

totohatra

chini ya ardhi

metrô

handaki

tonelina

kituo cha mabasi

fiantsonan'ny fiara
mpitondra olona

bar

bara

mgahawa

toeram-pisakafoanana

sanduku la posta

boatin-taratasy paositra

ishara ya barabara

famantarana an-arabe

mita ya maegesho

parcmètre

bustani ya wanyama

valan-javaboary

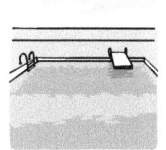

kidimbwi cha kuogelea

dobo filomanosana

msikiti

moskea

shamba

toeram-pambolena

uchafuzi

loto

makaburini

fasana

kanisa

trano fiangonana

uwanja wa michezo

tokontany filalaovana

hekalu

tempoly

mazingira

endritany

jani
ravina

ishara ya mwelekeo
tondro famantarana

njia
làlana

malisho
kijana

jiwe
vato

mtembeaji wa masafa
mpihani-bohitra

mti
hazo

mto
renirano

nyasi
bozaka

ua
voninkazo

bonde

lemaka

kilima

vohitra

ziwa

laka

msitu

ala

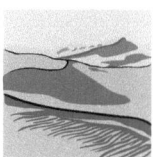

jangwa

tany hay

volkano

volkano

ngome

rova

upinde wa mvua

avana

uyoga

holatra

mtende

hazom-boanio

mbu

moka

kuruka

lalitra

chungu

vitsika

nyuki

tantely

buibui

hala

mende

voangory

chura

sahona

kuchakuro

vontsira

nungunungu

trandraka

sungura

bitro

bundi

vorondolo

ndege

vorona

swan

gisabe

nguruwe mwitu

lambo

kulungu

cerf

aina ya kongoni

voalavo

bwawa

toha-drano

tabo ya upepo

helisy ahodin-drivotra

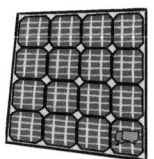

nishaji ya jua

takela-masoandro

hali ya hewa

toetr'andro

mgahawa
toeram-pisakafoanana

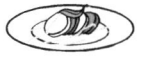

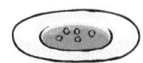

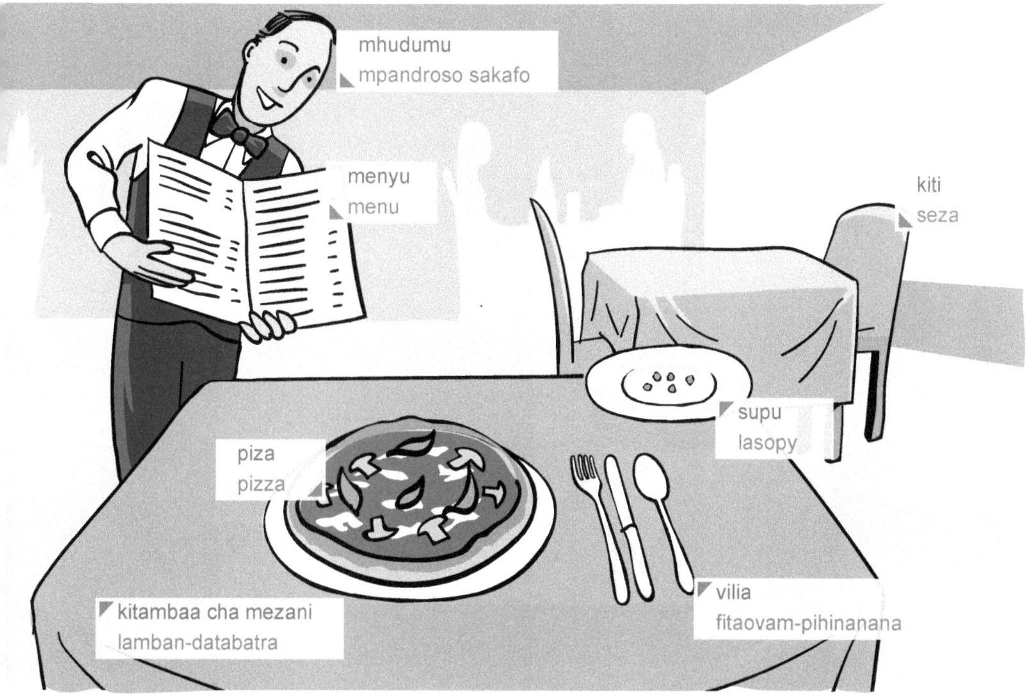
mhudumu
mpandroso sakafo
menyu
menu
kiti
seza
supu
lasopy
piza
pizza
kitambaa cha mezani
lamban-databatra
vilia
fitaovam-pihinanana

kiamsha hamu

entrée

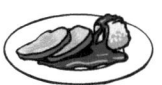

kozi kuu

sakafo fototra

kitindamlo

desera

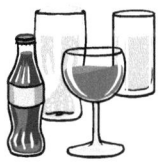

vinywaji

zava-pisotro

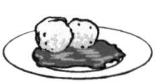

chakula

sakafo

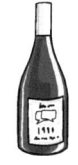

chupa

tavoahangy

chakula cha haraka

fast food

Streetfood

sakafo an-dalambe

buli

fitoerana dite

kisanduku cha sukari

fitoeran-tsiramamy

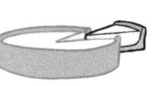

sehemu

singany

mashine ya espresso

milina espresso

kiti kirefu

seza avo

muswada

faktiora

trei

lovia fandrosoana sakafo

kisu

antsy

uma

sotrorovitra

kijiko

sotro

kijiko cha chai

sotrokely

nepi

servieta

glasi

vera

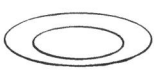

sahani

vilia

sahani ya supu

vilian-dasopy

sufuria

vilia bory

mchuzi

saosy

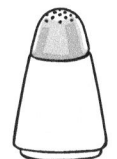

kichanyaji chumvi

fitoeran-tsira

kinu cha pilipili

milina dipoavatra

siki

vinaingitra

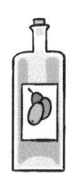

mafuta

solika

viungo

zava-manitra

kechapu

ketchup

haradali

voan-tsinapy

kachumbari nzito

maionezy

dukakuu
supermarché

ofa maalum
fihenam-bidy
FOR
mteja
mpividy
maziwa
sakafo avy amin'ny ronono
matunda
voankazo
toroli
chariot

BUTCHERS

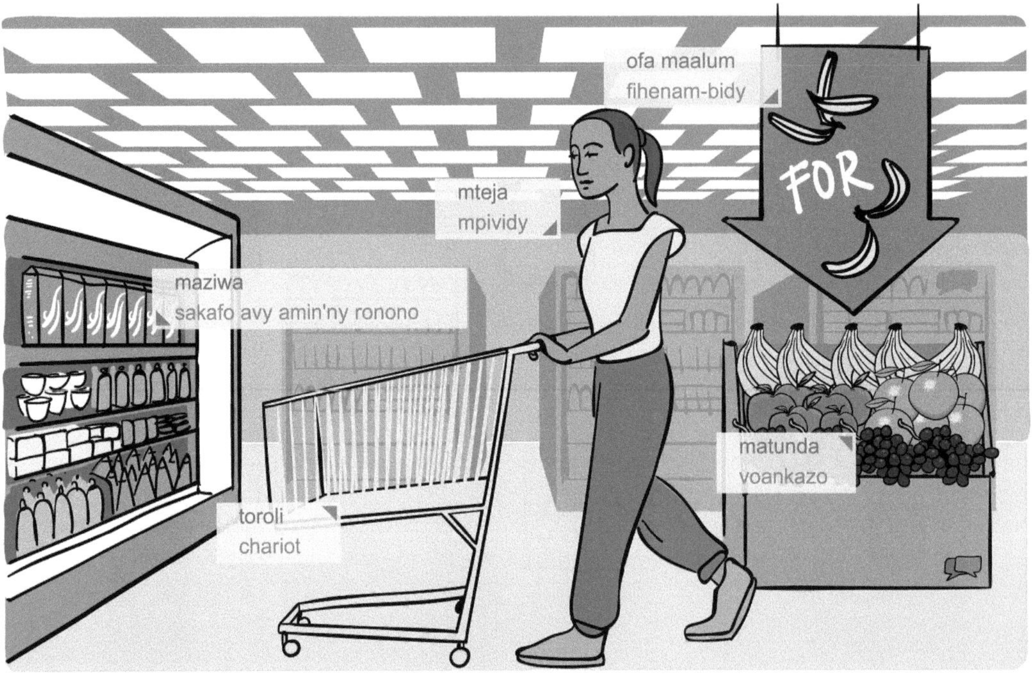

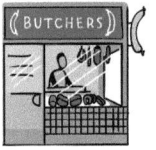

mchinjaji

mpivaro-kena

BAKERY

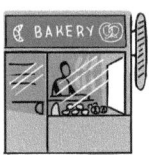

mwokaji

mpivarotra mofo

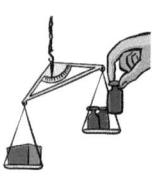

uzito

mandanja

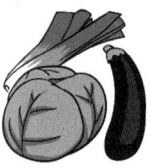

mboga

legioma

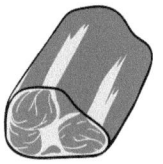

nyama

hena

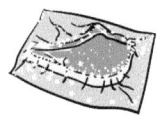

chakula waliohifadhiwa

sakafo nampangatsiahana

vipande vya nyama baridi

hena voahendy

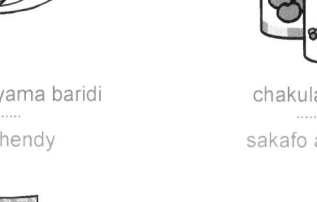

chakula cha kopo

sakafo am-by fotsy

sabuni ya unga

vovon-tsavony

pipi

vatomamy

bidhaa za kaya

fitaovana an-tokatrano

bidhaa za kusafisha

fitaovana fanadiovana

mtu mauzo

mpivarotra

mpaka

toerana fandoavam-bola

keshia

mpandray vola

orodha ya manunuzi

lisitry ny zavatra vidiana

masaa ya ufunguzi

ora fiasana

mkoba

portefeuille

kadi

fahana amin'ny karatra

mfuko

harona

mfuko wa plastiki

harona plastika

maji

rano

sharubati

ranom-boankazo

maziwa

ronono

coke

coca

mvinyo

divay

bia

labiera

pombe

toaka

kakao

sôkôlà mafana

chai

dite

kahawa

kafe

spreso

espresso

kapuchino

cappuccino

ndizi

akondro

tufaha

paoma

machungwa

laoranjy

tikiti

voatango

lemon

voasarimakirana

karoti

karaoty

kitunguu saumu

tongolo gasy

mianzi

volobe

kitunguu

tongolo

uyoga

holatra

karanga

voamaina

nudo

paty

spageti

spaghetti

mpunga

vary

saladi

salady

vibanzi

ovy frity

viazi vya kukaanga

ovy voaendy

piza

pizza

hambaga

hamburger

sandwichi

sandwich

kipande

didin-kena

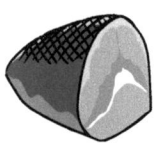

paja la mnyama

lambo sira

salami

salami

soseji

saosisy

kuku

akoho

choma

hena mendy

samaki

trondro

oats ya uji

varin-tsoavaly

muesli

muesli

cornflakes

cornflakes

unga

lafarinina

kroisanti

croissant

andazi

mofodipaina kely

mkate

mofo

mkate wa kubanika

mofo natono

biskuti

bisky

siagi

dobera

maziwa mgando

fromazy fotsy

keki

mofomamy

yai

atody

yai kukaanga

atody nendasina

jibini

fromazy

aiskrimu

lagilasy

sukari

siramamy

asali

tantely

jemu

kaonfitira

kuenea kwa chokoleti

crème nougat

mchuzi wa viungo

curry

shamba
toeram-pambolena

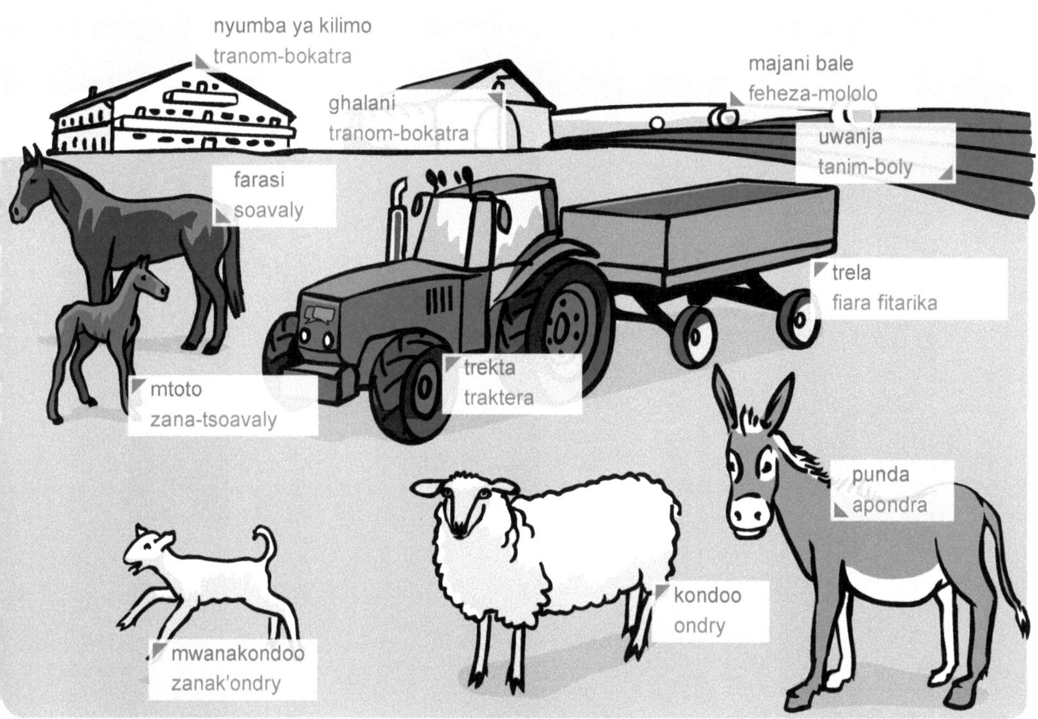

nyumba ya kilimo
tranom-bokatra
ghalani
tranom-bokatra
majani bale
feheza-mololo
uwanja
tanim-boly
farasi
soavaly
trela
fiara fitarika
trekta
traktera
mtoto
zana-tsoavaly
punda
apondra
kondoo
ondry
mwanakondoo
zanak'ondry

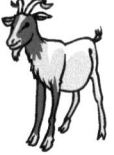

mbuzi
osy

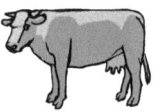

ng'ombe
omby vavy

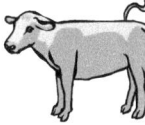

ndama
omby

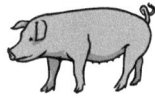

nguruwe
kisoa

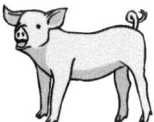

mwananguruwe
zana-kisoa

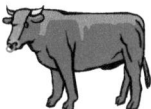

fahali
omby

batabukini

gisa

bata

gana

kifaranga

zanak'akoho

kuku

akoho vavy

jogoo

akoho lahy

panya

voalavo

paka

saka

panya

voalavo tondro

ng'ombe

omby

mbwa

alika

nyumba ya mbwa

tranon'alika

bomba la bustani

fantsona fanondrahana rano

debe la kumwagilia maji

fanondrahana

fyekeo

antsy biloka

kulima

angadin'omby

mundu

antsim-bilona

jembe

antsetra

uma wa nyasi

farango vy

shoka

famaky

toroli

borety

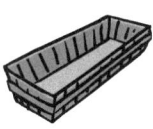

kupitia nyimbo

dababe

chombo cha maziwa

boatin-dronono

gunia

harona

ua

fefy

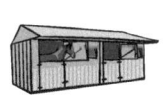

imara

tranom-biby

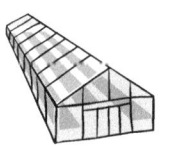

chafu

talatalan-jaridaina

udongo

tany

mbegu

ambeoka

mbolea

zezika

kivunaji

milina mpijinja vokatra

mavuno

vokatra

mavuno

vokatra

viazi vikuu

saonjo

ngano

varimbazaha

soya

saozaha

viazi

ovy

mahindi

katsaka

rapa

colza

mti wa matunda

hazo fihinam-boa

muhogo

mangahazo

nafaka

voamadinika

nyumba
trano

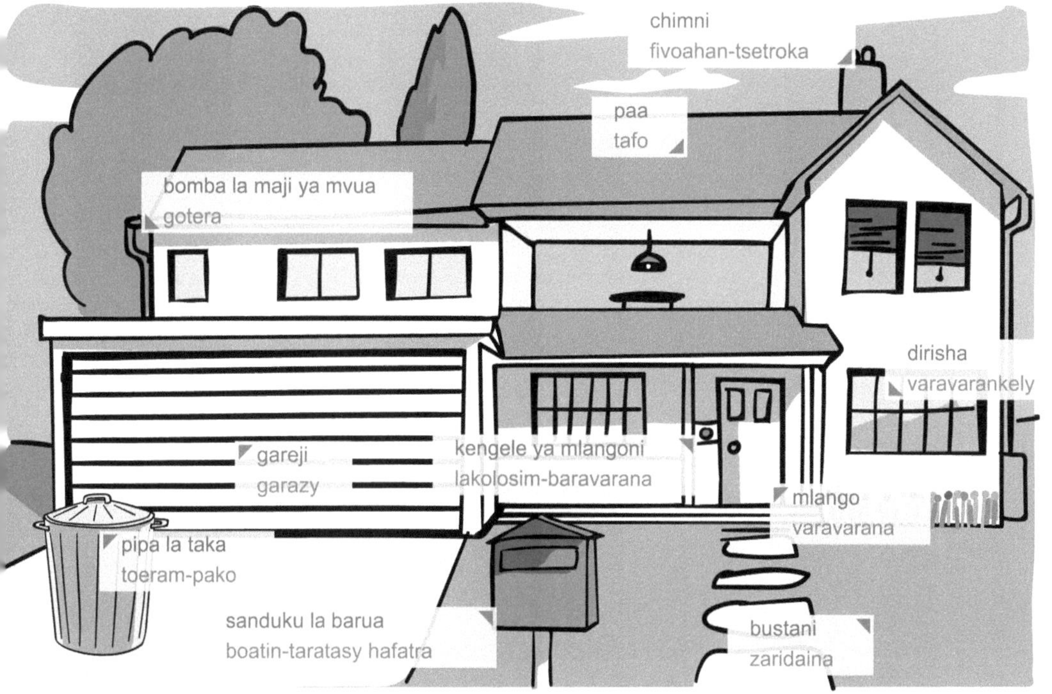

chimni
fivoahan-tsetroka
paa
tafo
bomba la maji ya mvua
gotera
dirisha
varavarankely
gareji
garazy
kengele ya mlangoni
lakolosim-baravarana
mlango
varavarana
pipa la taka
toeram-pako
sanduku la barua
boatin-taratasy hafatra
bustani
zaridaina

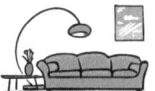

sebuleni

efitra fandraisam-bahiny

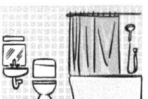

bafu

efitra fandroana

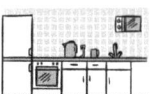

jikoni

lakozia

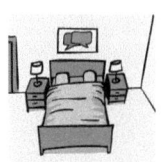

chumba cha kulala

efitra fatoriana

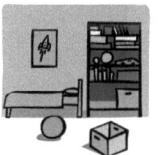

chumba ya mtoto

efitranon'ny ankizy

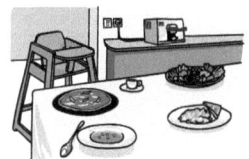

chumba cha kulia

efi-trano fisakafoanana

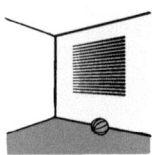

sakafu

tany

ukuta

rindrina

dari

valindrihana

pishi

lakavy

sauna

sauna

roshani

tsimahalavo

mtaro

lavarangana

kidimbwi

dobo filomanosana

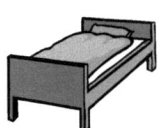

mashine ya kukata nyasi

mpanapaka bozaka

karatasi

lambam-pandriana

kitambaa cha kupamba
kitanda

koety

kitanda

fandriana

ufagio

kifafa

ndoo

sô

kubadili

interrupteur

sebuleni
efitra fandraisam-bahiny

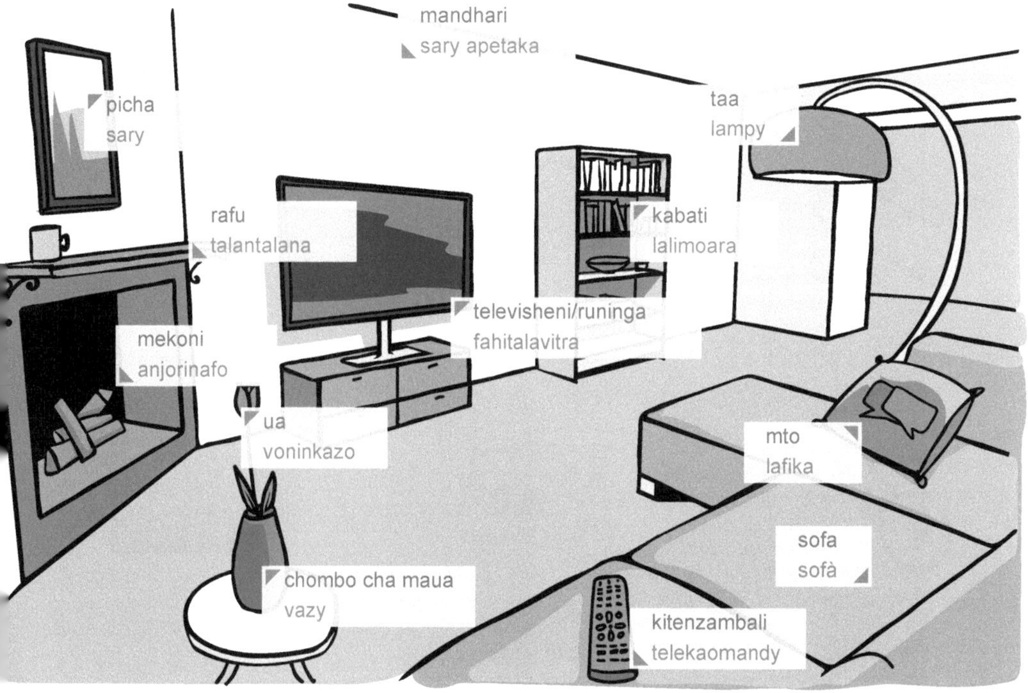
mandhari
sary apetaka
picha
sary
taa
lampy
rafu
talantalana
kabati
lalimoara
televisheni/runinga
fahitalavitra
mekoni
anjorinafo
ua
voninkazo
mto
lafika
sofa
sofà
chombo cha maua
vazy
kitenzambali
telekaomandy

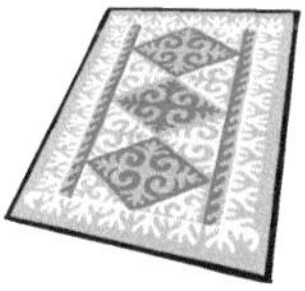
zulia

tapis

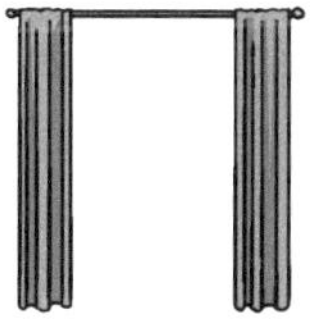
pazia

takom-baravarana

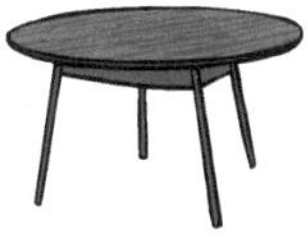
meza

latabatra

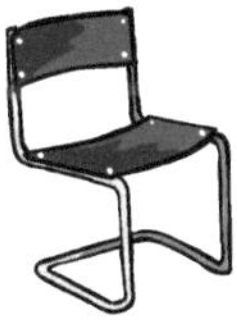
kiti

seza

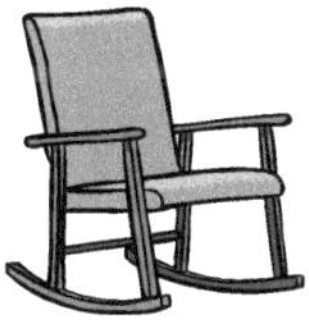
kiti cha bembea

seza savily

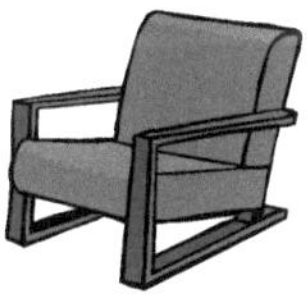
armchair

seza mihaja

kitabu

boky

blanketi

lamba firakotra

mapambo

asa fandravahana

kuni

hazo fandrehitra

filamu

horonantsary

kifaa cha hi-fi

fitaovana hi-fi

ufunguo

fanalahidy

gazeti

gazety

uchoraji

loko

bango

sary famantarana

redio

radio

daftari

kahie fanao tadidy

kifyonza

aspiratera

dungusi kakati

raketa

mshumaa

labozia

jikoni
lakozia

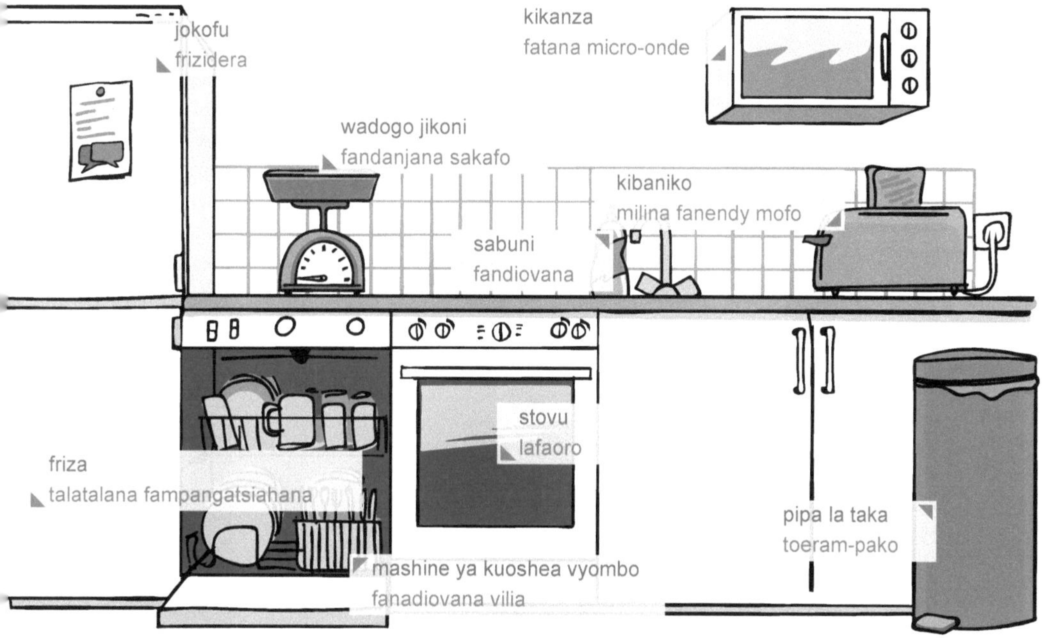
jokofu
frizidera
kikanza
fatana micro-onde
wadogo jikoni
fandanjana sakafo
kibaniko
milina fanendy mofo
sabuni
fandiovana
stovu
lafaoro
friza
talatalana fampangatsiahana
pipa la taka
toeram-pako
mashine ya kuoshea vyombo
fanadiovana vilia

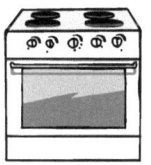

jiko la kupika

lafaoro

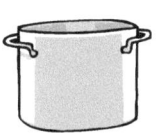

chungu

vilany

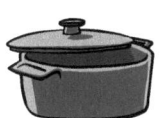

sufuria ya chuma

vilany vy

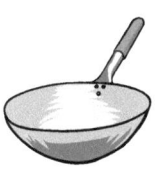

wok / kadai

wok / kadai

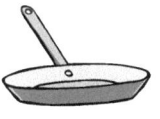

kaango

lapoaly

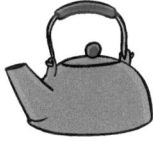

birika

fitaovana fampangotrahana rano

stima

vilany mandeha entona

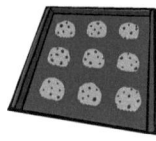

sinia ya kuoka

lovia fisaka

vyombo vya udongo

fitaovan-dakozia

kombe

zinga

bakuli

vilia baolina

vijiti vya kulia

hazokely fihinanana

ukawa

sotrobe lavatango

mwiko mpana

spatule

burashi

fanakapohana atody

kichujio

fanatantavanana

chujio

lovia sivana

mbuzi

fanakikisana

chokaa

laona

barbeque

kiendiendy

moto wazi

fivoahan'ny setroka

ubao wa majaribio

akalana fitetehana

kijiti cha kusukuma unga

kodia fandamàna koba

kizibuo

fisontonana bosoa

kopo

boaty

inaweza kopo

fanokafana boaty

kishikio cha chungu

fitazomana vilany

karo

lavabô

brashi

borosy

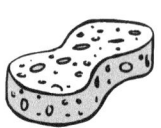

sifongo

spaonjy

kisagaji matunda

miksera

friji ya kina

fitaovana fampangatsiahana

chupa ya mtoto

tavoahanginono

bomba

paompy

bafu

efitra fandroana

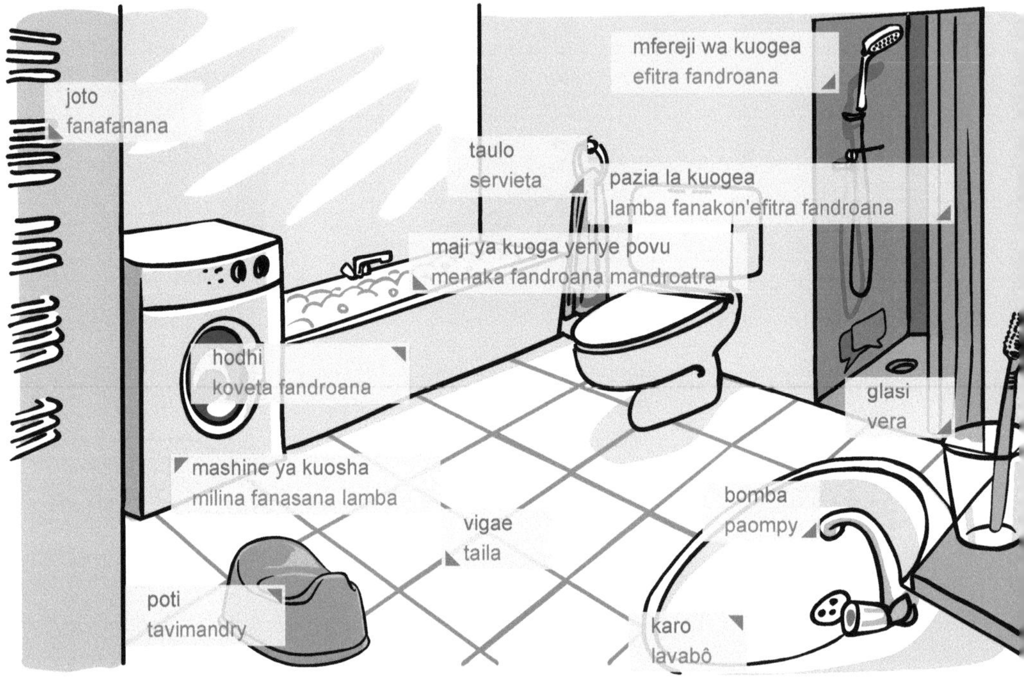

joto
fanafanana
mfereji wa kuogea
efitra fandroana
taulo
servieta
pazia la kuogea
lamba fanakon'efitra fandroana
maji ya kuoga yenye povu
menaka fandroana mandroatra
hodhi
koveta fandroana
glasi
vera
mashine ya kuosha
milina fanasana lamba
bomba
paompy
vigae
taila
poti
tavimandry
karo
lavabô

choo

efitrano fidiovana

choo cha squat

kabone mitsingo

beseni la mviringo

bidet

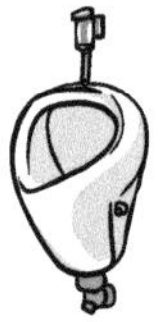

choo cha umma

fipipizana

shashi

taratasy fidiovana

brashi ya choo

borosy fampiasa an-kabone

mswaki

borosinify

dawa ya meno

famotsia-nify

dawa ya meno

kofehy fanadiova-nify

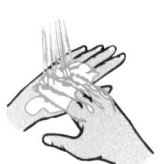

safisha

manasa

kuoga mkono

fisaika enti-tànana

msukumo wa maji

fanadiovana fivaviana

bonde

kovetabe

mpako wa pili

borosin-damosina

sabuni

savony

jeli ya kuogea

gel fampiasa rehefa misaika

shampuu

shampoo

flana

fonon-tànana enti-misaika

toa maji

tsiranoka

krimu

crème fanosotra

kiondoa harufu

fanalana fofona

kioo

fitaratra

kioo mkono

fitaratra fihaingo

kinyozi

hareza

povu la kunyoa

raotra fiharatra

baada ya kunyoa

menaka haratra

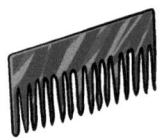

kichana

fiogo

brashi

borosy

kikausha nywele

fitaovana fanamainam-bolo

marashi ya nyewele

atsifotra amin'ny volo

vipodozi

fikarakarana tarehy

kidomwa

lokomena

varnish ya msumari

haingo hoho

pamba

vohavohan-dandihazo

mkasi wa kucha

fanapahana hoho

manukato

ranomanitra

mkoba wa kuosha

fitoerana fitaovana an-kabone

kinyesi

sezabory

mizani

fandanjana olona

nguo ya kuoga

akanjo enti-matory

glavu za mpira

fonon-tànana enti-manadio

kisodo

servieta fanary

sodo

lamba fampiasa amin'ny fadimbolana

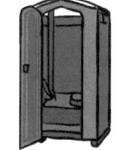

kemikali choo

kabone simika

chumba ya mtoto
efitranon'ny ankizy

saa ya kengele
famohamandry
kidoli cha kupakata
saribakoly
gari bandia
fiara kilalao
kelele
korintsana
chumba cha midoli
tranon-tsaribakoly
sasa
fanomezana

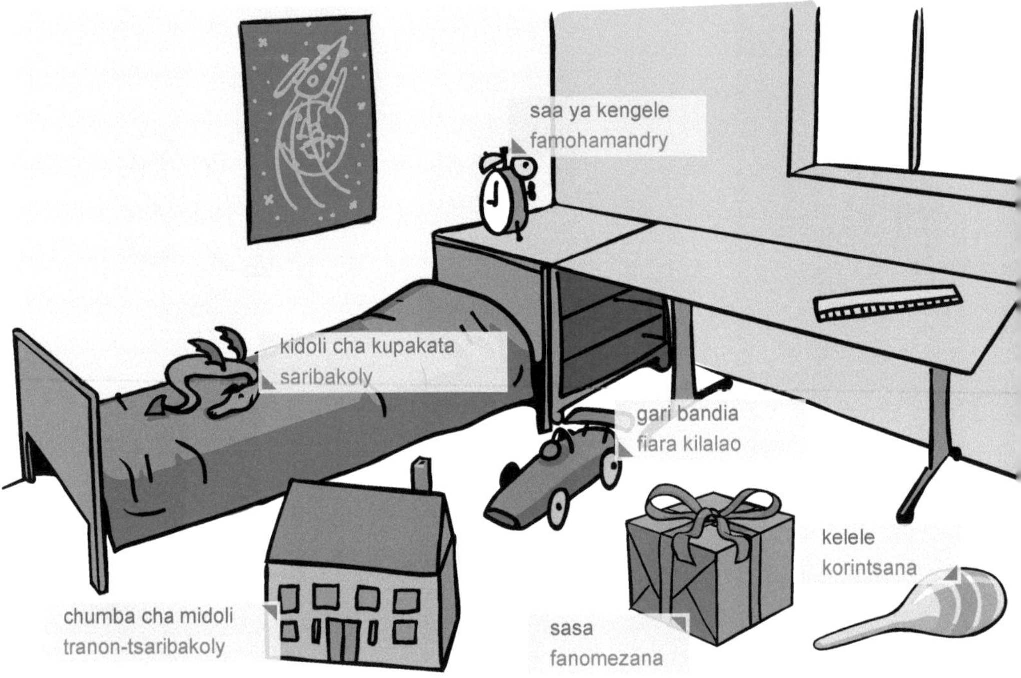

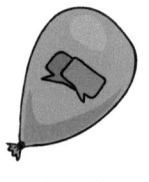

baluni

balaonina

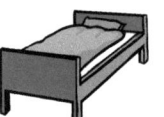

kitanda

fandriana

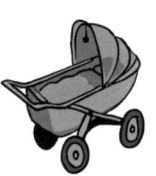

mashua

posety

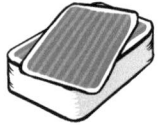

staha ya kadi

lalao karatra

mchezo-fumb

puzzle

SUPER MEGA

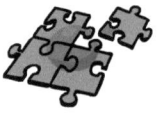

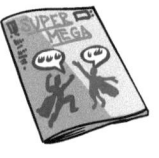

vichekesho

sariitatra

matofali lego

lalao legô

vitalu mwigo

kilalao fananganana trano

hatua takwimu

sarivongana kely

suti ya kulalia

grenera

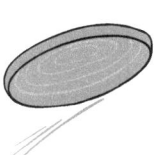

kisahani

Frisbee

simu

mobile

ubao wa michezo

jeu de société

kete

kodiakely

garimoshi mwigo

lamasinina kely

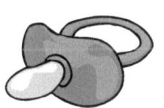

dummy

solonono

chama

fety

picha kitabu

boky feno sary

mpira

baolina

kikaragosi

saribakoly

kucheza

milalao

shimo la mchanga

kovetam-pasika

bembea

savily

vitu bandia

kilalao

kiweko cha video ya mchezo

kilalao video

baiskeli ya magurudumu

tricycle

matatu

mwanasesere

teddy orsa

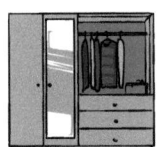

kabati

fitoeran'akanjo

nguo

akanjo

soksi

bà kiraro

stokingi

bàn-tongotra

kibano

akanjo manara-batana

skafu
foloara

mwavuli
elo

fulana
t-shirt

ukanda
fehin-kibo

viatu
baoty

ndara
kapa fitondra an-trano

wakufunzi
kiraro tenisy

malapa
kapa

viatu
kiraro

mabuti ya mpira
baoty fingotra

suruali ya ndani
atinakanjo

sidiria
tatinono

fulana
akanjo feno

mwili
vatana

suruali
pataloha

dangirizi
jean

sketi
zipo

blauzi
akanjo ambony

shati
lobaka

vuta
pull

sweta
akanjo sarotro

bleza
palitao

jaketi
palitao

koti
palitao

koti la mvua
akanjo aro-orana

maleba
akanjo fianjaika

gauni
fitafim-behivavy

mavazi ya harusi
akanjon'ny ampakarina

suti
akanjo fianjaika

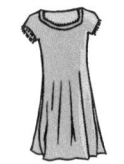

vazi la usiku
akanjo-mandry

pajama
pijamà

sari
sari

skafu
sarondoha

kilemba
turban

burka
burqa

kaftan
kaftan

abaya
abaya

vazi la kuogelea
akanjo fitondra milomano

vazi la kiume la kuogelea
akanjo fitondra milomano

kaptura
pataloha fohy

teitei
akanjo fitena

aproni
tablie

glavu
fonon-tànana

kifungo

bokotra

glasi

solomaso

bangili

brasele

mkufu

rojo

pete

peratra

herini

kavina

kofia

satroka

kiango cha koti

fanantonana palitao

kofia

satroka

tai

fehivozo

zipu

hidikorisa

kofia

aroloha

kanda za suruali

beritelo

sare za shule

fanamian'ny mpianatra

sare

fanamiana

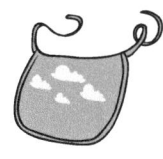

bibu

bavoara

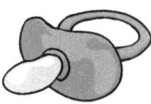

dummy

solonono

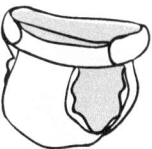

nepi

taty

ofisi

birao

seva
serveur
kabati la kuweka faili
lalimoara fitahirizana
karatasi
taratasy
kichapishaji
mpanao pirinty
kiwambo
efijoro
kipanya
voalavo tondro
dawati
latabatra
folda
klasera
kibodi
klavie
u cha kuweka karatasi chafu
ana fako taratasy
kompyuta
solosaina
kiti
seza

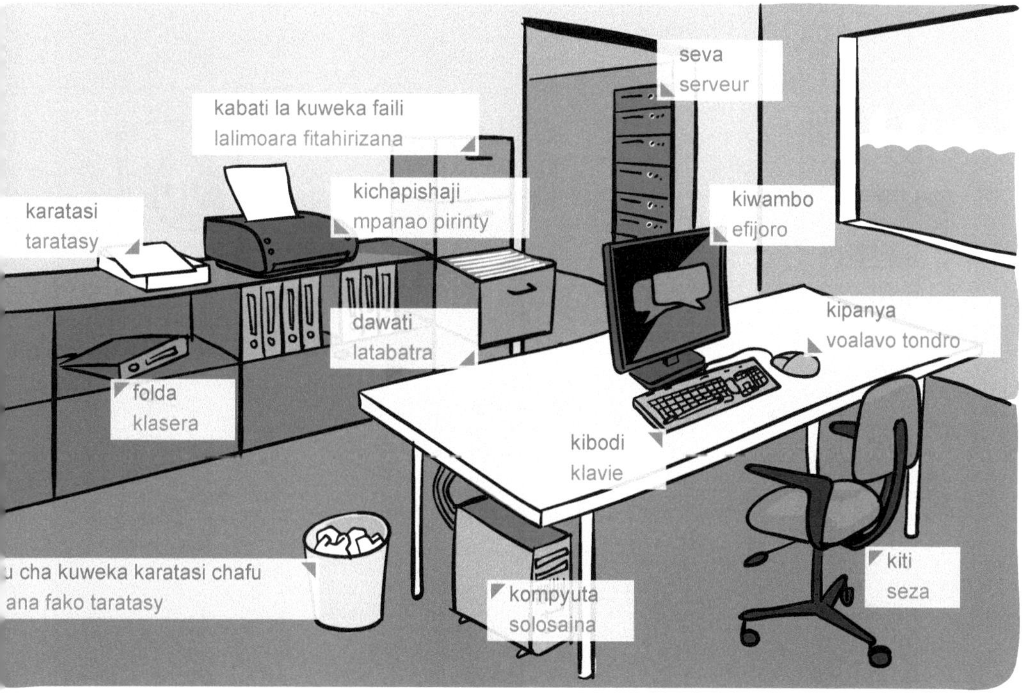

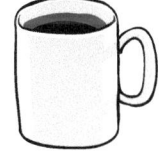

kmobe la kahawa

kaopin-kafe

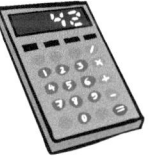

kikokotoo

mpikajy

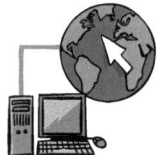

biashara

aterineto

mbali

solosaina maivana

barua

taratasy

ujumbe

hafatra

rununu

mobile

intaneti

tambajotra

fotokopia

imprimante

programu

rindrambaiko

simu

finday

soketi

prizy

kipepesi

fax

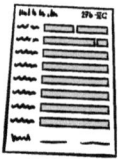

fomu

efitra fenoina

hati

fehezan-taratasy

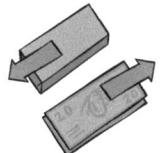

kununua
....
mividy

kulipa
....
mandoa vola

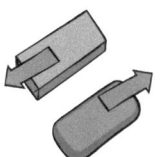

biashara
....
misera

fedha
....
vola

dola
....
dôlara

yuro
....
euro

yeni
....
yen

rouble
....
rouble

faranga ya Uswisi
....
Franc suisse

renminbi yuan
....
renminbi yuan

rupia
....
roupie

eneo la kulipia
....
fangalàna vola

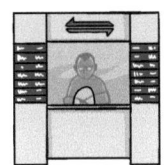

ofisi ya ubadilishanaji

toerana fanakalozana vola

dhahabu

volamena

fedha

volafotsy

mafuta

solika

nishati

angovo

bei

vidiny

mkataba

fifanekena

kodi

hetra

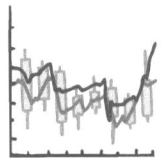

bidhaa

action borsa

kazi

miasa

mfanyakazi

mpiasa

mwajiri

mpampiasa

kiwanda

orinasa

duka

fivarotana

kazi
asa

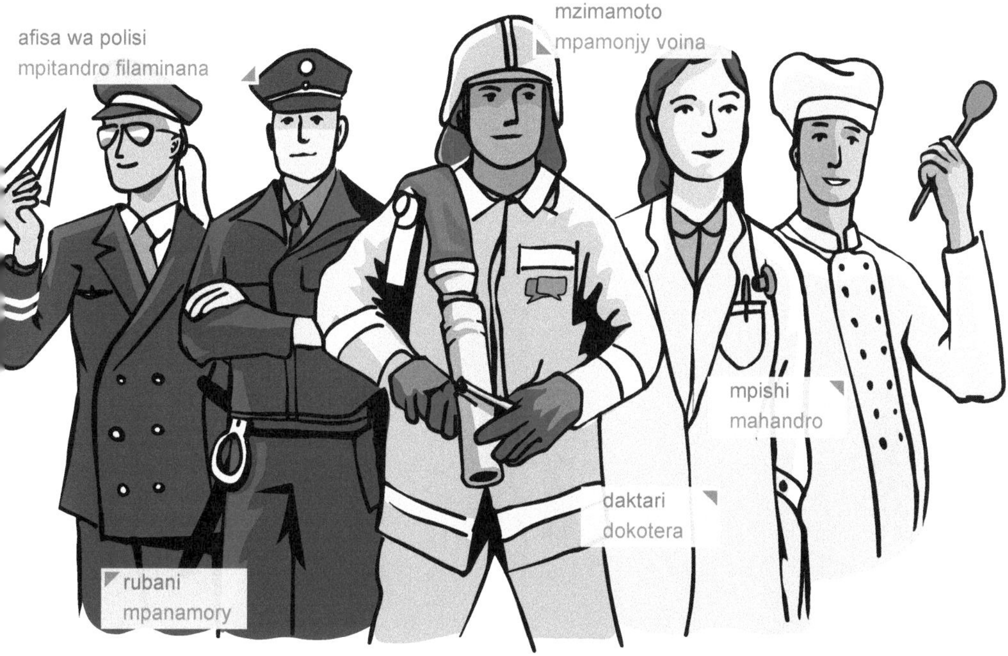
afisa wa polisi
mpitandro filaminana
mzimamoto
mpamonjy voina
mpishi
mahandro
daktari
dokotera
rubani
mpanamory

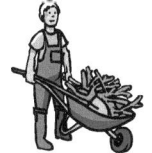

mtunza bustani

mpikarakara zaridaina

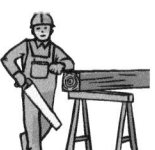

seremala

mpandrafitra

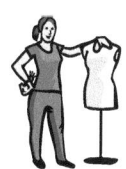

mshonaji

vehivavy mpanjaitra

hakimu

mpitsara

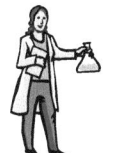

mwanakemia

mpahay simia

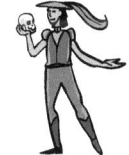

muigizaji

mpilalao sarimihetsika

dereva wa basi

mpamily fiara fitateram-
bahoaka

dereva wa teksi

mpamily fiarakaretsaka

mvuvi

mpanjono

mwanamke wa kusafisha

vehivavy mpanadio

mwezekaji

mpanao tafo

mhudumu

mpandroso sakafo

mwindaji

mpihaza

mchoraji

mpandoko

mwokaji

mpanao mofo

umeme

elektrisianina

mjenzi

mpanao trano

mhandisi

injeniera

mchinjaji

mivaro-kena

fundi bomba

plombier

mwanaposta

faktera

mwanajeshi

miaramila

msanifu majengo

mpanao mari-trano

keshia

mpandray vola

muuza maua

mpivarotra voninkazo

msusi

mpanao volo

kondakta

mpizara tapakila

mekanika

mpahay mekanika

nahodha

kapiteny

daktari wa meno

mpitsabo nify

mwanasayansi

siantifika

rabbi

raby

imamu

imam

mtawa

moanina

kasisi

pretra

zana
fitaovana

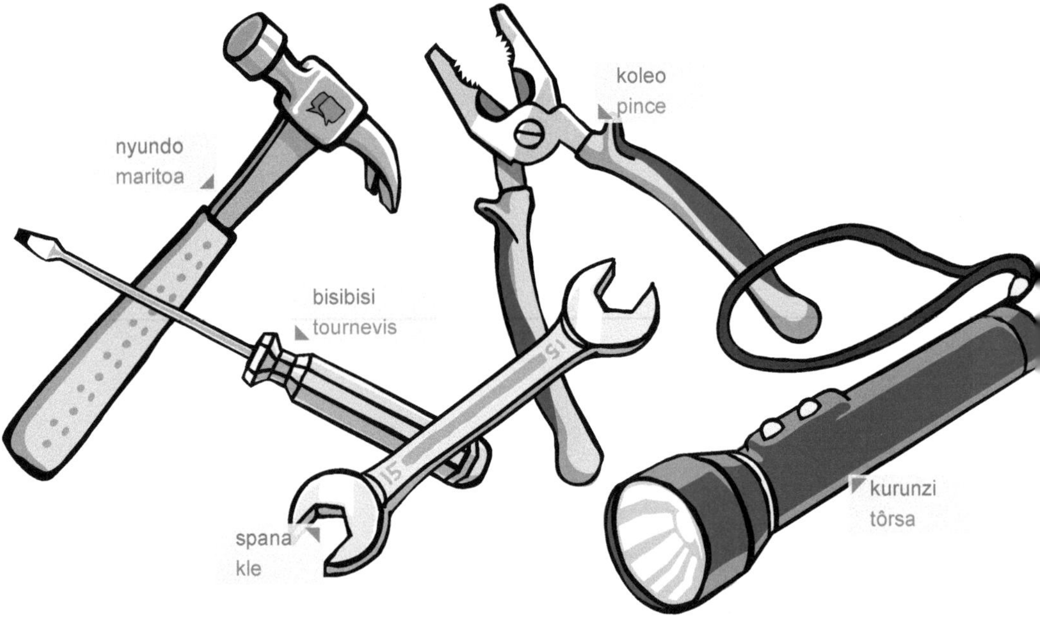

nyundo
maritoa
koleo
pince
bisibisi
tournevis
spana
kle
kurunzi
tôrsa

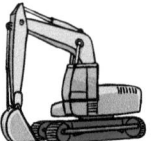

mchimbaji

pelleteuse

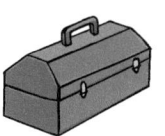

sanduku la vifaa

boaty fanisy fitaovana

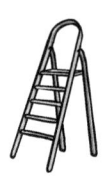

ngazi

tohatra

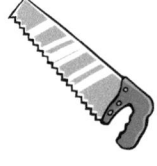

msumeno

tsofa

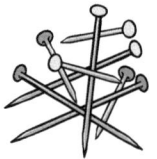

misumari

fantsika

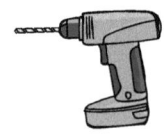

kuchimba visima

perceuse

kukarabati

manarina

sepetu

lapela

Lo!

Kyy!

kishikio cha uchafu

angadim-pako

chungu cha rangi

boatin-doko

skurubu

visy

ala za muziki

zava-maneno

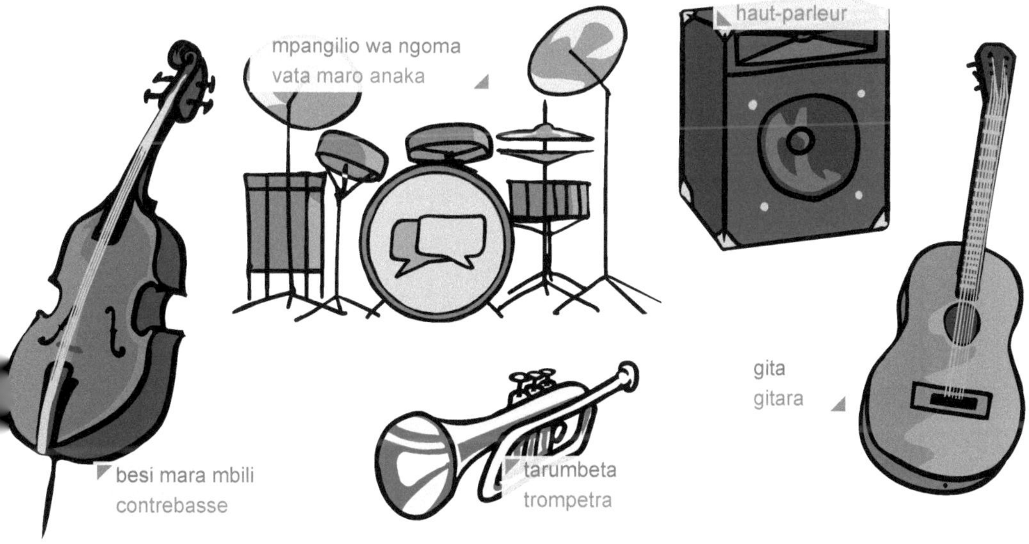

spika
haut-parleur

mpangilio wa ngoma
vata maro anaka

besi mara mbili
contrebasse

tarumbeta
trompetra

gita
gitara

piano

vata maro afitsoka

fidla

lokanga

ubeji

basse

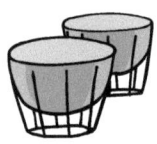

timpani

amponga timpani

ngoma

aponga

kibodi

klavie

saksafoni

saksa

filimbi

sodina

maikrofoni

mikrao

bustani ya wanyama
valan-javaboary

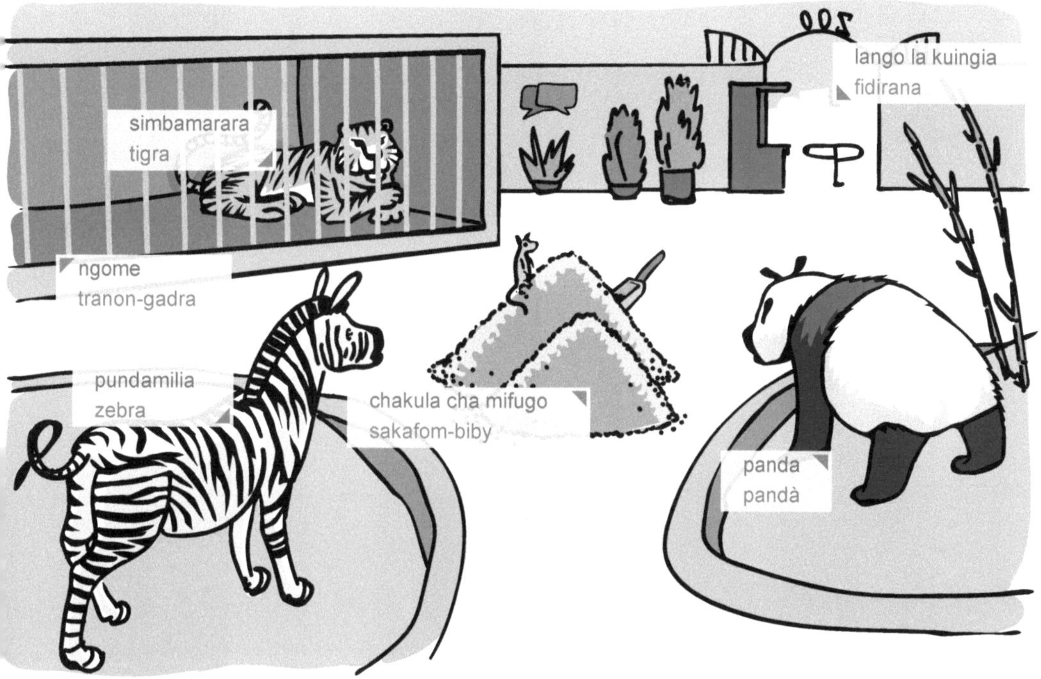

simbamarara
tigra
lango la kuingia
fidirana
ngome
tranon-gadra
pundamilia
zebra
chakula cha mifugo
sakafom-biby
panda
pandà

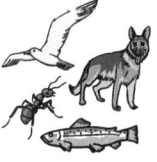

wanyama
biby

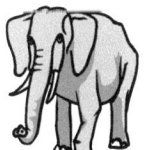

tembo
elefanta

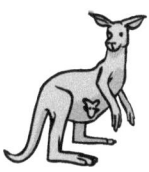

kangaruu
kangoroa

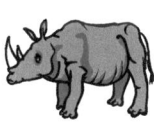

kifaru
rinôserôsy

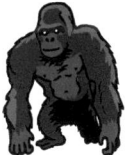

sokwe
gôrila

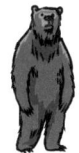

dubu
orsa

ngamia

rameva

mbuni

aotrisy

simba

liona

tumbili

rajako

heroe

sama

kasuku

boloky

dubu

orsa polera

penguini

pengoa

papa

atsantsa

tausi

vorombola

nyoka

bibilava

mamba

voay

mtunza wanyama

mpiandry valan-javaboary

muhuri

fôko

jaguar

jagoara

mwanafarasi

poney

chui

leopara

kiboko

hipôpôtamo

twiga

zirafa

tai

voromahery

nguruwe mwitu

lambo

samaki

trondro

kobe

sokatra

sili

môrsa

mbweha

renard

paa

gazely

soka ya marekani
Football amerikana

uendeshaji baiskeli
hazakazaka am-bisikileta

tenisi
tennis

mpira wa kikapu
baskety

kuogelea
lomano

ndondi
boxe

magongo ya barafuni
hockey an-dranomandry

soka
baolina kitra

vinyoya
badminton

riadha
atletisma

mpira wa mikono
handball

skii
ski

polo
polo

shughuli
raharaha

cheka
mihomehy
kuruka
mitsambikina
kumbatia
mamihina
kutembea
mandeha
kuimba
mihira
ota ndoto
manonofy
kuomba
mivavaka
busu
manoroka

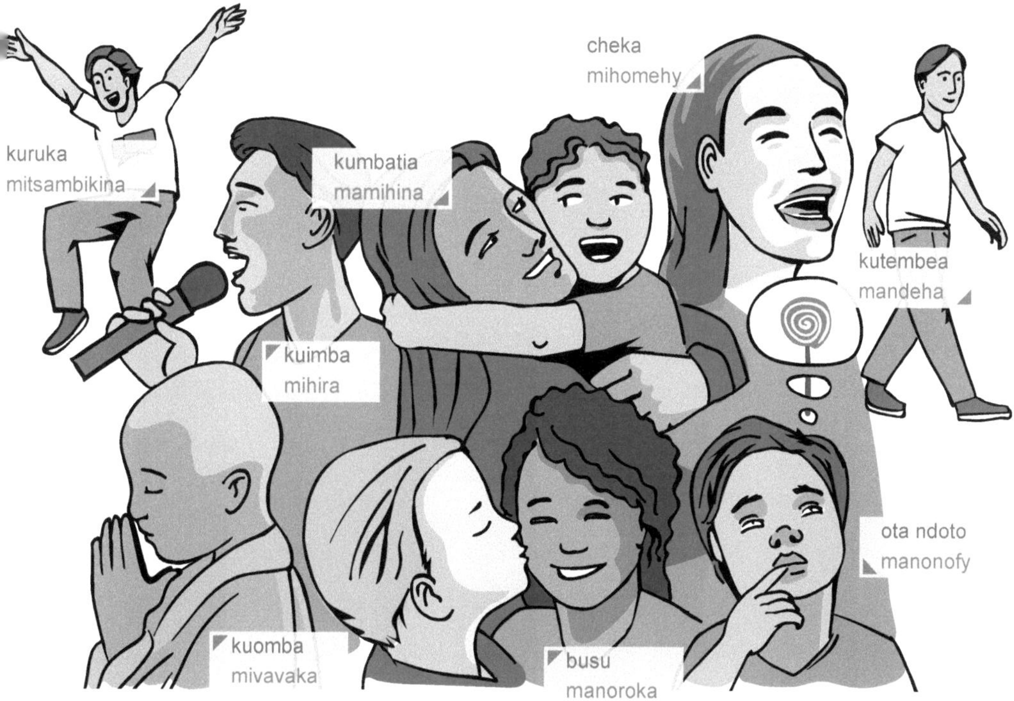

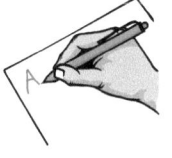

kuandika
manoratra

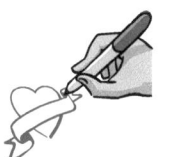

kuteka
manao sary

angalia
maneho

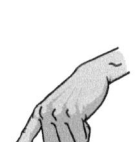

sukuma
manosika

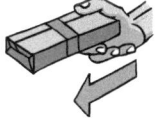

kutoa
manome

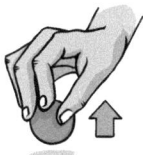

kuchukua
mandray

kuwa
manana

fanya
manao

kuwa
mizovy

kusimama
mijoro

kukimbia
mihazakazaka

vuta
misintona

kutupa
manary

kuanguka
lavo

hadaa
mandry

kusubiri
miandry

kubeba
mitondra

kukaa
mipetraka

vaa nguo
miakanjo

usingizi
matory

kuamka
mifoha

kuangalia

mijery

lia

mitomany

kiharusi

fahatapahan`ny lalan-dra

chana nywele

fiogo

ongea

miresaka

kuelewa

mahay

kuuliza

milaza

kusikiliza

mihaino

kunywa

misotro

kula

mihinana

nadhifisha

mandamina

upendo

mitia

mpishi

mahandro

gari

mamily

kuruka

lalitra

meli

miandriaka

kokotoa

mikajy

kusoma

mamaky

kujifunza

mianatra

kazi

miasa

kuoa

mivady

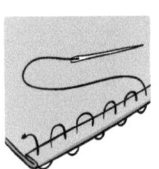

kushona

manjaitra

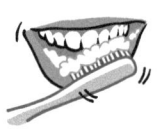

piga mswaki

miborosy nify

kuua

mamono

moshi

mifoka

kutuma

mandefa

bibi
renibe

babu
dadabe

baba
ray

mama
reny

mtoto
zaza

binti
zanaka vavy

bin
zanaka lahy

mgeni

vahiny

shangazi

nenitoa

mjomba

dadatoa

kaka

rahalahy

dada

rahavavy

mwili

vatana

paji la uso
handrina
jicho
maso
bega
soroka
kidole
rantsan-tànana
uso
tarehy
kidevu
saoka
mkono
tànana
mguu
ranjo
matiti
nono
mkono
sandry

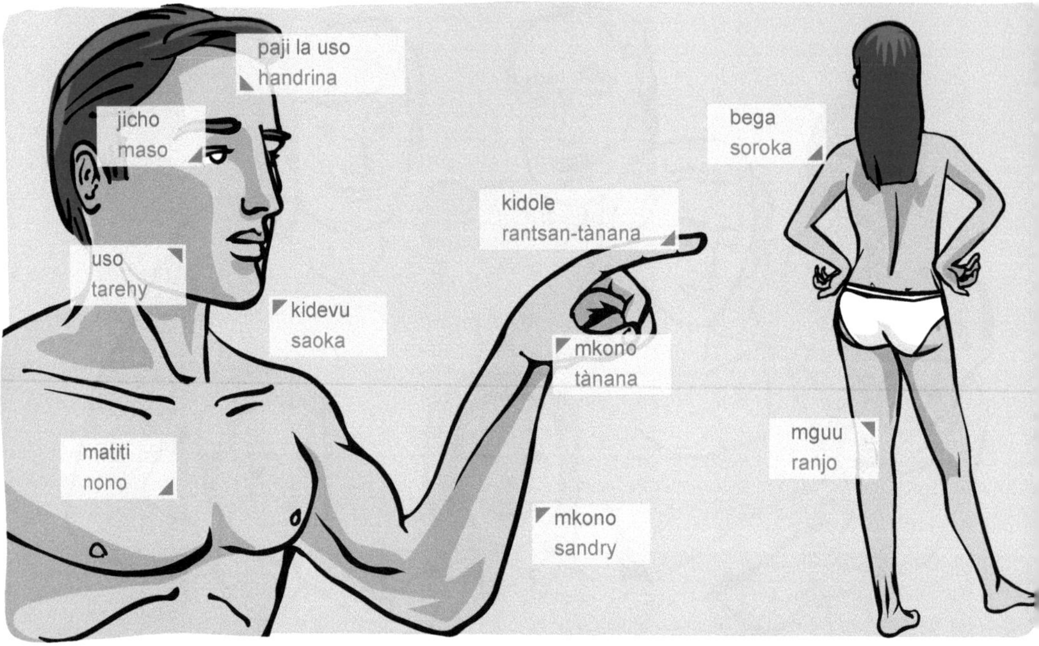

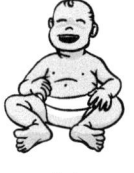

mtoto
zaza

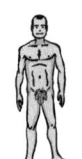

mwanamume
lehilahy

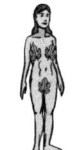

mwanamke
vehivavy

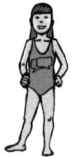

msichana
vavy

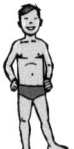

mvulana
lahy

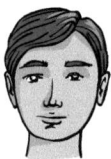

kichwa
loha

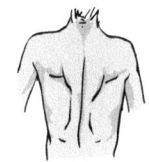

nyuma

lamosina

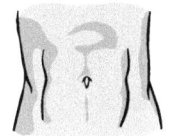

tumbo

kibo

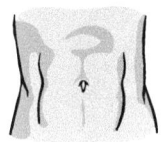

kitovu

foitra

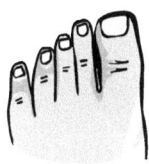

chano

rantsan-tongotra

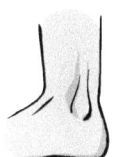

kisigino

voditongotra

mfupa

taolana

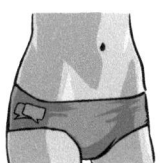

nyonga

valahana

goti

lohalika

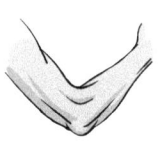

kiwiko

kiho

pua

orona

chini

vody

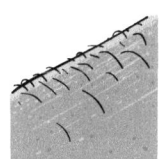

ngozi

hoditra

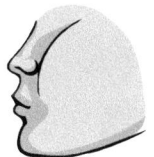

shavu

takolaka

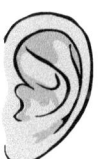

sikio

sofina

mdomo

molotra

kinywa

vava

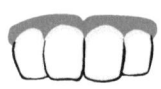

jino

nify

ulimi

lela

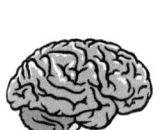

ubongo

saina

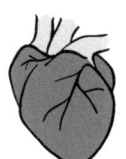

moyo

fo

misuli

ozatra

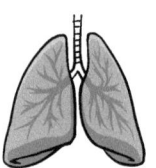

pafu

havokavoka

ini

aty

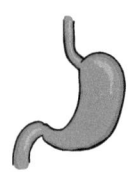

tumbo

vavony

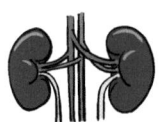

figo

voa

jinsia

firaisana ara-nofo

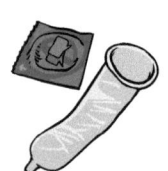

kondomu

fimailo

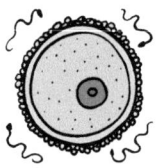

ovari

tsirivavy

shahawa

ranonaina

mimba

vohoka

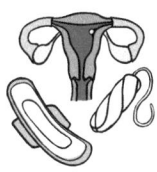

hedhi
....
fadimbolana

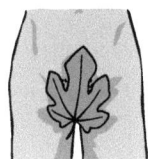

uke
....
fivaviana

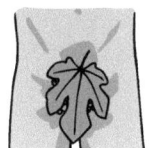

uume
....
filahiana

unyusi
....
volomaso

nywele
....
volo

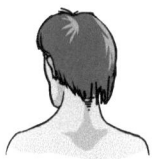

shingo
....
tenda

hospitali
hopitaly

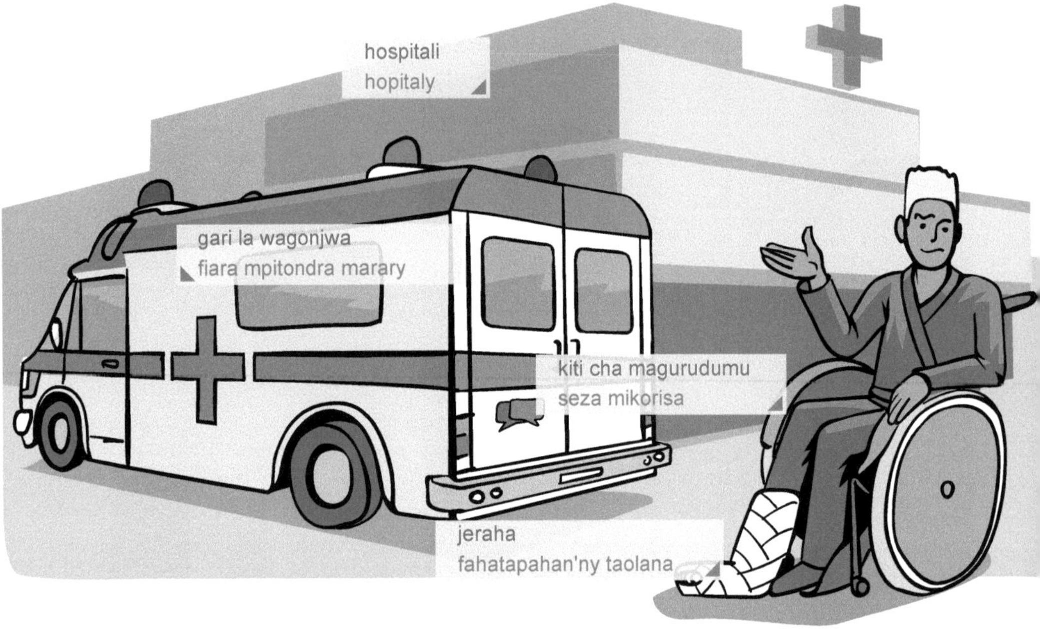

hospitali
hopitaly
gari la wagonjwa
fiara mpitondra marary
kiti cha magurudumu
seza mikorisa
jeraha
fahatapahan'ny taolana

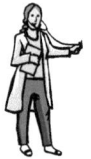

daktari

dokotera

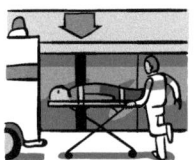

chumba cha dharura

efitra vonjy taitra

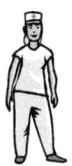

muuguzi

mpitsabo mpanampy

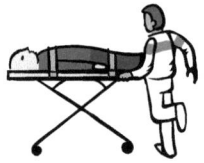

dharura

vonjy taitra

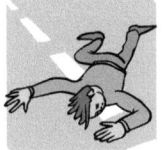

kupoteza fahamu

tsy mahatsiaro tena

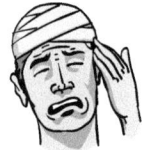

maumivu

fanaintainana

kuumia

faharatràna

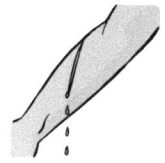

kutokwa na damu

mandeha rà

mshtuko wa moyo

aretim-po

kiharusi

fahatapahan'ny lalan-dra

mzio

tsy fahazakana sakafo

kikohozi

kohaka

homa

tazo

mafua

gripa

kuharisha

fivalanana

maumivu ya kichwa

aretin'an-doha

kansa

homamiadana

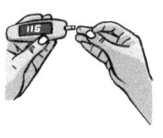

ugonjwa wa kisukari

diabeta

daktari mpasuaji

dokotera mpandidy

kisu kidogo cha kupasulia

antsy fandidiana

operesheni

fandidiana

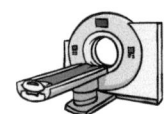

picha changanufu ya mwili

TC

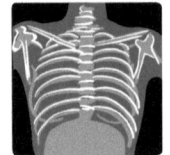

Eksrei

taratra X

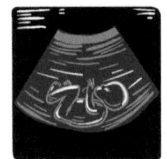

mawimbi sauti

ekôgrafia

barakoa ya uso

saron-tava

ugonjwa

aretina

chumba cha kusubiri

efitrano fiandrasana

mkongojo

tehina

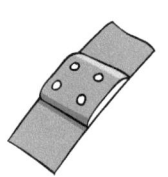

plasta

taha fery

bendeji

bandy

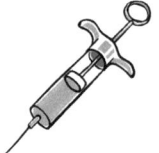

sindano

tsindrona

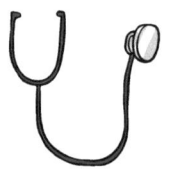

stetoskopu

stetoskopy

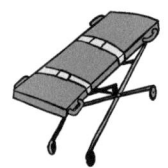

machela

filanjana marary

kipimajoto cha kliniki

fitaovana fitsapana
hafanana

kuzaliwa

fahaterahana

unene kupita kiasi

hatavezana tafahoatra

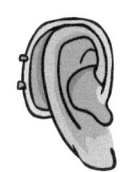

kusikia misaada

fitaovana fandrenesana

kipukusi

famonoana mikraoba

maambukizi

fifindràna aretina

virusi

viriosy

VVU / UKIMWI

VIH / SIDA

dawa

fitsaboana

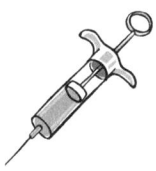

chanjo

vaksiny

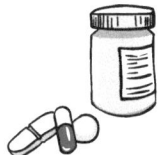

vidonge

pilina

kidonge

pilina

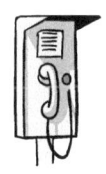

simu ya dharura

antso vonjy taitra

haemodainamometa

fitaovana fitsapana tosi-drà

mgonjwa / mwenye afya

marary / salama

Msaada!

Vonjeo!

kengele

antso fanairana

pigo

herisetra

shambulizi

vono

hatari

loza

lango la dharura

fivoahana raha misy loza

Moto!

Afo!

kizima moto

fitaovam-pamonoana afo

ajali

loza

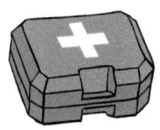

vifaa vya huduma ya kwanza

fitaovam-pitsaboana vonjimaika

wito wa msaada

SOS

polisi

pôlisy

Ulaya

Eoropa

Amerika ya Kaskazini

Amerika avaratra

Amerika ya Kusini

Amerika atsimo

Afrika

Afrika

Asia

Azia

Australia

Aostralia

Atlantiki

Atlantika

Pasifiki

Pasifika

Bahari ya Hindi

Ranomasimbe Indiana

Bahari ya Antaktiki

Oseana Antarktika

Bahari ya Aktiki

Oseana Arktika

Ncha ya Kaskazini

Tendrotany avaratra

Ncha ya Kusini

Tendrotany atsimo

Antaktika

Antarktika

dunia

tany

nchi

tany

bahari

ranomasina

kisiwa

nosy

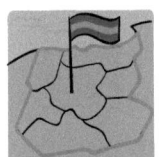

taifa

tanindrazana

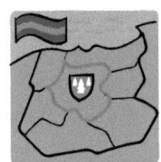

jimbo

firenena

uso wa saa

tavam-pamantaranandro

akrabu ya saa

tondro ora

akrabu ya dakika

tondro minitra

akrabu ya sekunde

tondro segondra

Ni saa ngapi?

Amin'ny firy izao?

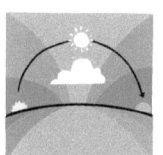

siku

andro

wakati

fotoana

sasa

izao

saa ya dijitali

famantaranandro niomerika

dakika

minitra

saa

ora

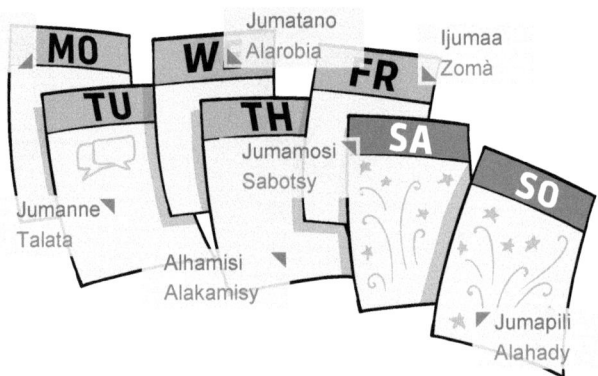

Jumatatu
Alatsinainy

Jumatano
Alarobia

Ijumaa
Zomà

Jumanne
Talata

Jumamosi
Sabotsy

Alhamisi
Alakamisy

Jumapili
Alahady

jana
....
omaly

leo
....
androany

kesho
....
ampitso

asubuhi
....
maraina

saa sita mchana
....
atoandro

jioni
....
hariva

siku za biashara
....
adro fiasàna

mwishoni mwa wiki
....
faran'ny herinandro

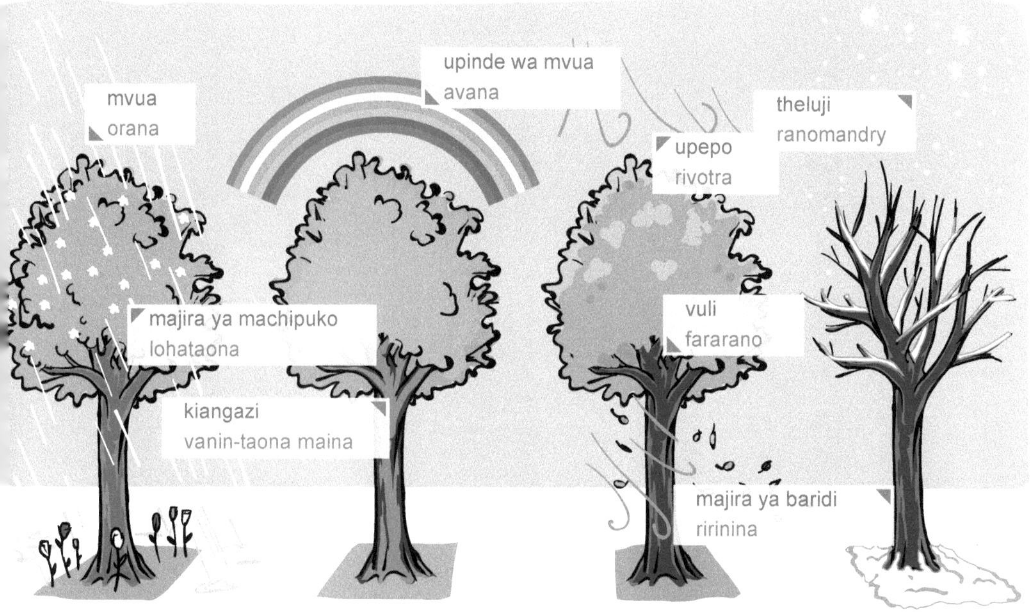

mvua
orana

upinde wa mvua
avana

theluji
ranomandry

upepo
rivotra

majira ya machipuko
lohataona

vuli
fararano

kiangazi
vanin-taona maina

majira ya baridi
ririnina

utabiri wa hali ya hewa

vinavina ara-toetrandro

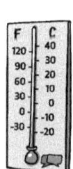

kipimajoto

thermomètre

mwanga wa jua

tara-masoandro

wingu

rahona

ukungu

zavona

unyevu

hamandoana

umeme

tselatra

radi

kotroka

dhoruba

tafio-drivotra

mvua ya mawe

havandra

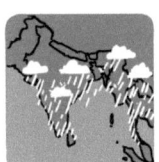

monsuni

fahavaratra

mafuriko

tondra-drano

barafu

vaingan-drano

Januari

Janoary

Februari

Febroary

Machi

Martsa

Aprili

Avrila

Mei

Mey

Juni

Jiona

Julai

Jolay

Agosti

Aogositra

Septemba
Septambra

Oktoba
Oktobra

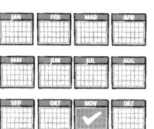

Novemba
Novambra

Desemba
Desambra

mduara
boribory

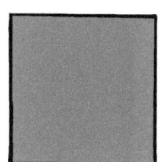

mraba
efamira

mstatili
efajoro

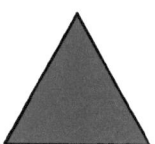

pembetatu
telozoro

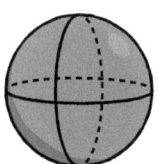

nyanja
bola

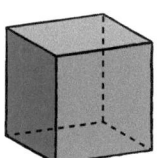

mchemraba
goba

nyeupe

fotsy

manjano

mavo

chungwa

laoranjy

rangi ya waridi

mavokely

nyekundu

mena

hudhurungi

voloparasy

bluu

manga

kijani

maitso

hanja

volotany

jivujivu

volondavenona

nyeusi

mainty

mengi / kidogo

betsaka / vitsy

hasira / pole

tezitra / tony

nzuri / mbaya

tsara / ratsy

mwanzo / mwisho

fiandohana / fiafarana

kubwa / ndogo

lehibe / kely

angavu / giza

mazava / maloka

kaka / dada

rahalahy / rahavavy

safi / chafu

madio / maloto

kamilika / tokamilika

feno / banga

siku / usiku

andro / alina

wafu / hai

maty / velona

pana / nyembamba

malalaka / tery

kulika / kutolika

azo hanina / tsy fihinana

ovu / ema

tsivalahara / tsara fanahy

sisimkwa / udhika

endratra / sorena

nene / nyembamba

matavy / mahia

kwanza / mwisho

voalohany / farany

rafiki / adui

mpinamana / mpifahavalo

jaa / tupu

feno / foana

ngumu / laini

mafy / malefaka

nzito / nyepesi

mavesatra / maivana

njaa / kiu

noana / mangetaheta

mgonjwa / mwenye afya

marary / salama

haramu / kisheria

tsy ara-dalàna / ara-dalàna

akili / kijinga

mahay / vendrana

kushoto / kulia

havia / havanana

karibu / mbali

akaiky / lavitra

mpya / kutumika

vaovao / tranainy

kitu / jambo

tsy misy / misy

zee / changa

antitra / tanora

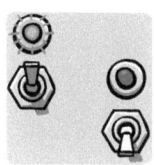

waka / zima

mandeha / maty

wazi / fungwa

mivoha / mihidy

utulivu / kelele

mangina / mitabataba

tajiri / masikini

manankarena / mahantra

sahihi / kosa

marina / diso

mbaya / laini

marokoroko / malama

huzunika / furahia

malahelo / faly

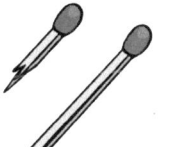

fupi /ndefu

fohy / lava

polepole / haraka

mora / faingana

nyevu / kavu

mando / maina

joto / baridi

mafana / mangatsiaka

vita / amani

ady / fahalemana

0
sufuri

aotra

1
moja

iray

2
mbili

roa

3
tatu

telo

4
nne

efatra

5
tano

dimy

6
sita

enina

7
saba

fito

8
nane

valo

9
tisa

sivy

10
kumi

folo

11
kumi na moja

iraikambinifolo

12
kumi na mbili

roambinifolo

13
kumi na tatu

teloambinifolo

14
kumi na nne

efatrambinifolo

15
kumi na tano

dimiambinifolo

16
kumi na sita

eninambinifolo

17
kumi na saba

fitoambinifolo

18
kumi na nane

valoambinifolo

19
kumi na tisa

siviambinifolo

20
ishirini

roapolo

100
mia

zato

1.000
elfu

arivo

1.000.000
milioni

tapitrisa

Kiingereza

Anglisy

Kiingereza cha Marekani

Anglisy amerikana

Kimandarini cha Uchina

Fiteny sinoa mandarina

Kihindi

Hindi

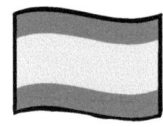

Kihispania

Espaniola

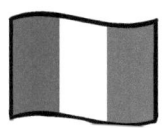

Kifaransa

Frantsay

Kiarabu

Fiteny arabo

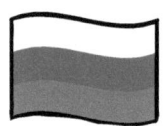

Kirusi

Fiteny rosiana

Kireno

Portogey

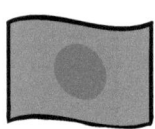

Kibengali

Bengaly

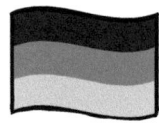

Kijerumani

Alemà

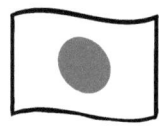

Kijapani

Japoney

mimi

izaho

wewe

ianao

yeye / yeye / ni

izy / io

sisi

isika

wewe

ianao

wao

zareo

nani?

iza?

nini?

inona?

jinsi gani?

ahoana?

wapi?

aiza?

lini?

oviana?

jina

anarana

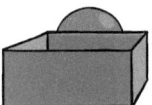

nyuma

aorina

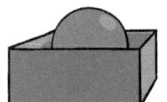

katika

anaty

mbele ya

anoloana

juu ya

any

kwenye

ambony

chini ya

ambany

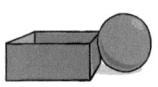

kando

ankila

kati

afovoany

mahali

toerana